தில்பிலி

வி.எஸ்.ரோமா

பொருளடக்கம்

1

திப்பிலிஎன்பது மிளகு சாதியைச் சேர்ந்த புதர் போல் வளரும் பல பருவச் செடியாகும். இது ஒரு மூலிகைத் தாவரமாகும். இந்தச் செடியி-லிருந்து கிடைக்கும் மிளகு கொல்கத்தாவிலிருந்து ஏற்றுமதியாகிறது.

கொடிவகையைச் சார்ந்ததிப்பிலிஒரு நீண்ட காலப்பயிராகும்.

திப்பிலியைவறுத்துப் பொடியாக்கி அரை கிராம் தேனுடன் கலந்து இரண்டு வேளை சாப்பிட்டுவர இருமல், தொண்டை கமறல், வீக்கம், பசியின்மை, தாது இழப்பு குணமாகும். இரைப்பை, ஈரல் வலுப்பெறும்

ஆஸ்துமா, சளி, இருமல், சுவாசிக்க சிரமப்படுதல் போன்ற பல சுவாச பிரச்சனைகளுக்குதிப்பிலிதீர்வாக அமையும்.திப்பிலிஉடல் உஷ்-ணத்தை அதிகமாக்கும் இதனால் பித்தத்தை பலப்படுத்தி வாதம் மற்றும் கபத்தை குறைக்கும். இதனாலேயே இதனை அளவுக்கு அதிகமாகவும் சாப்பிடக்கூடாது

உருண்டை திப்பிலி மருத்துவ பயன்கள்

திப்பிலிக்கு பலவிதமான மருத்துவ குணங்கள் உள்ளன. சித்த மருத்-துவத்தில் திப்பிலியின் பங்கு மிக முக்கியத்துவம் வாய்ந்தது.

சுவாச பிரச்சனைகள்

ஆஸ்துமா, சளி, இருமல், சுவாசிக்க சிரமப்படுதல் போன்ற பல சுவாச பிரச்சனைகளுக்கு திப்பிலி தீர்வாக அமையும்.

வாதம், கபம்

திப்பிலி உடல் உஷ்ணத்தை அதிகமாக்கும் இதனால் பித்தத்தை பலப்படுத்தி வாதம் மற்றும் கபத்தை குறைக்கும்.

இதனாலேயே இதனை அளவுக்கு அதிகமாகவும் சாப்பிடக்கூடாது. காரணம் உடல் சூட்டை அதிகரிக்கும் தன்மை திப்பிலிக்கு உண்டு.

பக்கவாதம்

உடலில் ஒரு பகுதி மட்டும் செயலிழந்து போகும் பக்கவாதத்திற்கு மருந்தாக திப்பிலியை ஆயுர்வேதத்தில் பயன்படுத்துகிறார்கள்.

தொற்று நோய்கள்

உடலில் ஏற்படும் கிருமி தொற்றுக்களை அழிக்கும் தன்மையும் திப்பிலிக்கு உண்டு.

நோய் எதிர்ப்பு சக்தியை அதிகரிக்கும்

உடலில் நோயெதிர்ப்பு மண்டலத்தை பலப்படுத்தி உடலுக்கு தேவையான நோயெதிர்ப்பு சக்தியையும் கொடுக்கின்றது. அத்துடன் இளைப்பு, உடல் சோர்வு என்பவற்றை போக்கி உடலை புத்துணர்ச்சியாகவும் வைத்திருக்கின்றது.

உணவு ஜீரணம்

திப்பிலி, சுக்கு, ஓமம் இவற்றை இடித்து சூரணமாக்கி ஒரு தேக்கரண்டி எடுத்து வெண்ணீரில் கலந்து இளம் சூட்டுடன் குடித்து வந்தால் உணவு எளிதாக ஜீரணமாகிவிடும்.

அத்துடன் வாய்வு தொல்லை பிரச்சனையும் குணமாகும்.

குரல் வளம் சிறக்க

தேனில் திப்பிலியை ஊற வைத்து மென்று சாப்பிட்டால் குரல் வளம் நன்றாவதுடன் பேச்சு மற்றும் தொனி சிறக்கும்.

இரைப்பை மற்றும் ஈரல்

இரைப்பை மற்றும் ஈரலில் பிரச்சனைகள் உள்ளவர்கள் திப்பிலியை இளம் சூட்டில் வறுத்து பின் பொடியாக்கி தேனில் கலந்து சாப்பிட்டு வந்தால் இரைப்பை மற்றும் ஈரல் குறைபாடுகள் குணமாகும்.

திப்பிலி தீமைகள்

இந்த திப்பிலி அதிக உஷ்ணத்தை கொண்டது. இதை அதிகளவு எடுத்துக்கொள்ளும் போது உடல் உஷ்ணம் சம்பந்தமான பாதிப்புக்கள் ஏற்படும்.

திப்பிலி வகைகள்

- அரிசி திப்பிலி
- யானைத் திப்பிலி
- சிறு திப்பிலி
- கண்ட திப்பிலி

திப்பிலியின் மருத்துவப் பயன்கள்

திப்பிலியின் மருந்துப் பயிர்களில் மிகவும் அதிக அளவில் இந்திய மருத்துவ முறையில் பயன்படுத்தப்படுவது திப்பிலியாகும். மிளகு மற்றும் வெற்றிலை வகையையைச் சார்ந்த இது ''பைப்பர் லாங்கம்'') என்ற தாவரப் பெயரால் அழைக்கப்படுகிறது. கொடி வகையையைச் சார்ந்த திப்பிலி ஒரு நீண்ட காலப் பயிராகும்.

நிறைய கிளைகளுடன் அதிக உயரம் வளராமல் இரண்டு அல்லது மூன்று அடி அகலம் வரை வளரும். செடிகள் உறுதியான வேர்களைக் கொண்டிருக்கும். பூக்கள் மிகவும் சிறியதாகவும், இரண்டு முதல் ஐந்து செ.மீ அளவு உள்ளதாகவும் இருக்கும். இலைகள் 5 முதல் 9 செ.மீ நீளமாகவும் 3 முதல் 5 செ.மீ அகலமானதாகவும் இருக்கும்.

திப்பிலியின் காய்கள் உணவுப் பொருட்கள், மருந்துப் பொருட்கள், உயர் ரக மதுபான வகைகள் மற்றும் வாசனைப் பொருட்களில் பெரிதும் பயன்-படுத்தப் படுகின்றன. உலர்ந்த திப்பிலியிலிருந்து நீராவி வடிப்பு மூலமாக எண்ணெய் பிரிக்கப்படுகிறது. காசநோய் கிருமிகளை எதிர்க்கும் தன்மை திப்பிலிக்கு உண்டு. இந்திய மருத்துவத்தில் பல்வேறு நோய்களைத் தாக்-கும் மருந்துப் பொருளாக தொன்றுதொட்டு பயன்படுத்தப்பட்டு வருகிறது. சித்த மருத்துவத்தில் திப்பிலியானது சுக்கு மிளகோடு சேர்த்து ''திரிக-டுகம்'' எனப்பெயர் பெறுகிறது. பச்சைத் திப்பிலி கபத்தை உண்டாக்-கும். ஆனால் உலர்ந்த திப்பிலியோ கபத்தை அகற்றுவதற்கு பயன்படுகி-றது. திப்பிலி இருமல், இரைப்பு, தொண்டைப்புண், தொண்டைக் கட்டு இவற்றைக் குணமாக்கும். காது, மூக்கு சம்பந்தப்பட்ட கப நோய்களை-யும் போக்கும். உடலில் நோய் எதிர்ப்பு சக்தியை அதிகப்படுத்தும்.

திப்பிலியை நன்கு காய வைத்து அதிலுள்ள நீர்ப்பசை வற்றிய பிறகு எடுத்தால், ஈரமான திப்பிலியின் பல குணங்களுக்கும் எதிரானதாக இருக்கும். ஆனால் உடலுக்கு நெய்ப்பை தொடர்ந்து தரும். ஆண்க-ளுக்கு நல்ல விந்தணுப் பெருக்கத்தை ஏற்படுத்தும். சுவையில் காரமாக இருந்தாலும் சீரண இறுதியில் இனிப்பாக மாறிவிடும். நெஞ்சில் சளி நிறைந்து மூச்சுத் திணறல் உள்ளவர்களுக்கும், அதனால் ஏற்படும் இரு-மலுக்கும் நல்ல மருந்தாகும். மலச்சிக்கலை நீக்கி குடலைச் சுத்தப்படுத்-

தும்.

அதிக அளவில் திப்பிலியைப் பயன்படுத்தக் கூடாது. சரியான அளவில் பயன்படுத்த வேண்டும். நீங்கள் குறிப்பிடுவது போல, தொண்டைக்கட்டும், கரகரப்பும், கோழையும் உள்ளவர்கள் - காய்ந்த திப்பிலியைச் சுத்தம் செய்து, நெய்யில் வறுத்து, தூள் செய்து வைத்துக் கொள்ள வேண்டும். கால் முதல் அரை தேக்கரண்டி வரை, தினமும் காலை, மாலை வேளைகளில் தேனில் குழைத்துச் சாப்பிட, தொண்டையிலுள்ள கோழையை அகற்றும்; கரகரப்பும், தொண்டைக்கட்டும் குணமாகும். நாக்கு சுவையின்மை என்ற பிரச்னையும் தீரும்.

திப்பிலிக்கு மேலும் சில நல்ல மருத்துவப் பலன்கள் உள்ளன - வயிற்று வலி, வயிற்றுப்பொருமல் குணமாக திப்பிலி, மிளகு, தோல் நீக்கிய சுக்கு ஆகியவற்றைச் சம எடையாக வறுத்து, தூள் செய்து வைத்துக் கொண்டு (திரிகடுகு சூரணம்), அரை தேக்கரண்டி தேனில் கலந்து கொடுக்க வேண்டும். ஒரு நாளைக்கு மூன்று வேளைகள், ஏழு நாட்கள் வரை சாப்பிடலாம்.

தேமல் குணமாகவும், குரல் வளம் ஏற்படவும் - திப்பிலித்தூள் அரை தேக்கரண்டி அளவு, தேவையான அளவு தேனுடன் கலந்து சாப்பிட்டு வர வேண்டும். காலை, மதியம், மாலை வேளைகளில் ஒரு மாதம் வரை சாப்பிடலாம். இது குடல்வாயுவைப் போக்கும். சத்து மருந்தாகும். வயிற்று உப்புசத்திற்கான மருந்தாகப் பயன்படுகிறது. செரியாமை மருத்துவத்திலும் பயன்படுகிறது. இலைகள், பழங்களின் நோய் எதிர்ப்புத்திறன் பரிசோதனைகள் மூலமாக நிரூபிக்கப்பட்டுள்ளன.

பத்து கிராம் திப்பிலியை நன்கு விழுதுபோல அரைத்து சிட்டிகை இந்துப்பு சேர்த்து நெய்யில் வதக்கி தயிர் அல்லது தயிர் மேல் நிற்கும் தண்ணீருடன் கலக்கிச் சாப்பிட, வாயுவின் சீற்றத்தால் ஏற்படும் கடும் வறட்டு இருமலானது குணமடைகிறது.

முதல் நாள் பத்து திப்பிலி, இரண்டாவது நாள் இருபது திப்பிலி, மூன்றாவது நாள் முப்பது திப்பிலி என்ற கணக்கில் பத்து - பத்தாகக் கூட்டி பத்தாவது நாள் முதல் பத்து - பத்தாகக் குறைத்து இறுதியில் பத்து திப்பிலியுடன் நிறுத்தி, ஒவ்வொரு நாளும் அது நன்கு செரித்து பசி ஏற்பட்டவுடன், அறுபது நாளில் விளையும் அரிசியைச் சாதமாக வடித்து அதில் பால் மற்றும் நெய் சேர்த்துச் சாப்பிட, நீண்ட ஆயுள், ஞாபகசக்தி, நல்லறிவு, ஆரோக்கியம், இளமை, தேககாந்தி, நிறம், குரல்வளம்,

புலன்கள் வலுவடைதல் பேச்சுத்திறன் போன்றவை நன்கமையும் என்று ஆயுர்வேதம் வலியுறுத்துகிறது. இதற்கு ரசாயன சிகிச்சை என்று பெயர். இதைத் தொடங்குவதற்கு முன், குடலைச் சுத்தப்படுத்தும் வாந்தி - பேதி சிகிச்சைகளைச் செய்த பிறகு செய்வது மிகவும் நல்லது.

திப்பிலியை விழுதாக அரைத்து இரும்புப் பாத்திரத்தின் உள் பகுதி- யில் பூசி, சிறிது காய்ந்ததும் அதில் தண்ணீர் ஊற்றி, இரவு முழுவதும் வைத்து மறுநாள் காலை, தன் உள்ளங்கைகளால் இருமுறை அந்தத் தண்ணீரை அள்ளிப் பருக, உடல் ஆரோக்கியமானது மேம்படும், நோய் எதிர்ப்புச் சக்தியானது கூடும். சுமார் ஒரு வருடம் இதைத் தொடர்ந்து சாப்பிடக் கூடிய அருமருந்தாகும். இருமல், மூச்சிரைப்பு, தொண்டை- வலி, காசநோய், சர்க்கரை உபாதை, கிராணி, மூலம், சோகை, முறைக்- காய்ச்சல், வீக்கம், வாந்தி, விக்கல், மண்ணீரல் வீக்கம், முடக்குவாதம் போன்ற உபாதைகளின் தாக்கம் நன்கு குறையும்.

மூலிகையின் பெயர்:திரிகடுகம்(சுக்கு)

சுக்கு: உலர்ந்த இஞ்சியே ''சுக்கு'' (இலங்கையின் சில பகுதிகளில்: வேர்க் கொம்பு) என அழைக்கப்படுகிறது. இது பல மருத்துவப் பயன்- களைக் கொண்டிருக்கிறது. இதன் மேன்மையை ''சுக்குக்கு மிஞ்சிய வைத்தியமும் இல்லை, சுப்பிரமணியருக்கு மிஞ்சிய தெய்வமும் இல்லை'' என்ற பழமொழியின் மூலம் அறியலாம். சுக்குக் கசாயம் மிக நல்ல வலி நீக்கும் மருந்தாகும். இது ஓராண்டுப் பயிராகும்.

மருத்துவப் பயன்கள்:

* சுக்குடன் சிறிது பால் சேர்த்து, மைய்யாக அரைத்து, நன்கு சூடாக்கி, இளஞ்சுடான பதத்திற்கு ஆறினதும், வலியுள்ள கை, கால் மூட்டுகளில் பூசிவர மூட்டுவலி முற்றிலும் குணமாகும்.

* சுக்கைத் தூள் செய்து, எலுமிச்சை சாறுடன் கலந்து குடித்தால் பித்தம் விலகும்.

* சுக்கு, மிளகு, தனியா, திப்பிலி, சித்தரத்தை இவ்வைந்தையும் இட்டு கஷாயம் செய்து பருகிவர, கடுஞ்சளி மூன்றே நாட்களில் குணமாகும்.

- சிறிது சுக்குடன், ஒரு வெற்றிலையை மென்று தின்றால், வாயுத்தொல்லை நீங்கும்.

- சுக்கு, வேப்பம்பட்டை போட்டு கஷாயம் செய்து குடித்துவர, ஆரம்பநிலை வாதம் குணமாகும்.

- சுக்குடன் சிறிது நீர் தெளித்து, விழுதாக அரைத்து, நெற்றியில் தடவினால் தலைவலி வந்தவழியே போய்விடும்.

பயன்கள்:

பயன்படுத்தும் முறைகள்: பித்தம் அகற்றும். வாயுத்தொல்லையை வேரறுக்கும். அஜீரணத்தைப் போக்கும். வலி அகற்றி, மாந்தம் மாய்க்கும். மலக்குடல் கிருமிகளை அழிக்கும். சளியைக் குணப்படுத்தும். மூட்டுவலியை மொத்தமாய் ஓட்டும். வாதமகற்றி.

பழமொழி:

- சுக்குக்குமிஞ்சிய வைத்தியமில்லை,
- சுப்பிரமணியனுக்கு மிஞ்சிய தெய்வமுமில்லை

என்பது தொன்று தொட்டு வழங்கும் பழமொழியாகும்
மூலிகையின் பெயர்:திரிகடுகம்(மிளகு)

மிளகு: (பைப்பர் நிக்ரம்) என்பது 'பைப்பரேசியே' என்ற தாவரக் குடும்பத்தைச் சேர்ந்த , பூத்து காய்த்து படர்ந்து வளரும் கொடி வகை-யினைச் சார்ந்த தாவரமாகும். இதில் மிளகு மற்றும் வால் மிளகு என இரு வகை உண்டு. 'மிளகு' என இத்தாவரத்தின் பெயரிலே குறிக்கப்-படும் இதன் சிறுகனிகள், உலர வைக்கப்பட்டு நறுமணப் பொருளாக-வும், மருந்தாகவும், உணவின் சுவைகூட்டும் பொருளாகவும் உலகமெங்-கும் பயன்படுத்தப்படுகிறது.

மிளகில்,அது பதப்படுத்தப்படும் முறைக்கேற்ப கரு மிளகு, வெண் மிளகு, சிவப்பு மிளகு, பச்சை மிளகு எனப் பலவகை உண்டு. மிளகுக் கொடியின் பிறப்பிடம் தென்னிந்தியா ஆகும். தென்னிந்தியாவில் குறிப்-பாக கேரளாவில் பெருமளவு மிளகு பயிரிடப்படுகிறது. மிளகின் வேறு பெயர்கள்- மலையாளி, குறுமிளகு மற்றும் கோளகம். தென்னிந்திய

மொழிகளில் இத்தாவரம் தமிழில் மிளகு எனவும், அழைக்கப்படுகிறது.

மிளகின் காரத்தன்மை அதிலுள்ள பெப்பரைன் என்ற வேதிப்பொருளால் ஏற்படுவதாகும். பொடியாக்கப்பட்ட மிளகை உலகின் பெரும்பான்மையான நாடுகளில், சமையலறைகளிலும், உணவு உண்ணும் மேசைகளிலும் காணலாம். மிளகின் கொடி, இலை மற்றும் வேர் முதலியன பயன் தரும் பாகங்களாகும்.

மருத்துவப் பயன்கள்:

- கல்சியம், இரும்பு, பாஸ்பரஸ் போன்ற தாது உப்புக்களும், கரோட்டின், தயாமின், ரிபோபிளவின், ரியாசின் போன்ற வைட்டமின்களும் மிளகில் உள்ளன.

- மிளகு சித்த மருத்துவ முறைகளில் அதிகம் பயன்படுத்தப்படுகிறது.

- சளி, கோழை, இருமல் நீக்குவதற்கும் நச்சு முறிவு மருந்தாகவும் மிளகு பயன்படுகிறது.

- மிளகு வயிற்றிலுள்ள வாயுவை அகற்றி உடலுக்கு வெப்பத்தைத் தருவதோடு வீக்கத்தைக் கரைக்கும் தன்மையும் உடையது.

- உடலில் உண்டாகும் காய்ச்சலைப் போக்கும் தன்மை உடையது

பயன்கள்:
மிளகு வகைகள்:

- கருமிளகு
- வெண்மிளகு
- பச்சை மிளகு
- சிவப்பு மிளக

பயன்கள்: பாட்டி காலத்தில் தினமும் இரண்டு மிளகுகள் சாப்பிட்டு வந்தனர். தினம் இரண்டு மிளகு சாப்பிடுவதன் மூலம் வயிறு சம்பந்தமான பிரச்சனை எட்டிப் பார்க்காது. மிளகு சாப்பிடும் போது வயிற்றில்

சுரக்கும் ஹைட்ரோக்ளோரிக் அமிலம் வயிற்றில் ஏற்படக்கூடிய பிரச்-சனைகளை சரிசெய்கிறது. மிளகு சேர்த்த உணவு உடலில் உள்ள வியர்-வைகளை வெளியாக்குவதுடன் எளிதில் சிறுநீரை கழிக்கவும் உதவுகி-றது.

மூலிகையின் பெயர்:திரிகடுகம்(திப்பிலி)

திப்பிலி: இத்தாவரம் ஒரு பூக்கும் கொடி ஆகும்.இது ஒரு மூலிகைத் தாவரமாகும். அதன் பழத்திற்காகவே பயிரிடப்படுகிறது, பொதுவாக அப்-பழத்தை உலர்த்தி, மசாலா மற்றும் சுவையூட்டியாகப் பயன்படுத்தப்படும். கருப்பு, பச்சை மற்றும் வெள்ளை மிளகு பெறப்படும், தனது நெருங்கிய இனமான கரும்மிளகை ஒத்த சுவையோடும், அதைக்காட்டிலும் மேலும் காரமாவும் இருக்கும்.

திப்பிலி மிகச்சிறிய பழங்களை கொண்டது. அவை கூர்முனைக் கொம்பு போன்ற ஒரு பூவின் மேற்பரப்பில் நெருக்கமாக பதிக்கப்பட்-டிருக்கும். கரும்மிளகை போல், பலமான காரம் கொண்ட பழங்களில், காரமூட்டும் நைட்ரோஜென் அணுக்கள் கொண்ட மூலக்கூறான காரப்-போலியை கொண்டிருக்கும். திப்பிலி ஜாவா, இந்தோனேஷியாவை தாயகமாகக் கொண்டது.

மருத்துவப் பயன்கள்:

* திப்பிலி இனிப்புச் சுவையும், குளிர்ச்சித் தன்மையும் கொண்டது. உடல் வெப்பத்தை அதிகரிக்கச் செய்யும், குடல் வாயுவைப் போக்கும் சத்து மருந்தாகும். மூக்குப்பொடி தயாரிக்கவும் பயன்படுகின்றது.

* திப்பிலி வாத நோய்களைக் குணப்படுத்தும். வயிற்று உப்புசத்திற்கான மருந்தாக, செரியாமை மருத்துவத்திலும் பயன்படுகின்றது. திப்பிலி இலைகள், பழங்கள் ஆகியவற்றின் நோய் எதிர்ப்புத் திறன் பரிசோதனைகள் மூலமாக நிரூபிக்கப்பட்டுள்ளது.

பயன்கள்: இந்தச் செடியிலிருந்து கிடைக்கும் மிளகு கொல்கத்தா-விலிருந்து ஏற்றுமதியாகிறது. திப்பிலிச் செடியில் இருந்து எடுக்கப்பட்ட வேர், மூன்று ஆண்டுகளுக்குப் பிறகு 'கண்ட திப்பிலி' என்ற மருந்-துப் பொருளாகப் பயன்படுகிறது. கனிகள், முதிராத பூக்கதிர்த் தண்டை

உலர்த்தி 'அரிசித் திப்பிலி' என்ற பெயருடன் மருந்தாகப் பயன்படுத்-
துகிறார்கள். திப்பிலி பண்டைக் காலம் தொட்டே இருமல், காசநோய்,
தொண்டைக்கட்டு, காய்ச்சல், கோழை, சளி முதலிய நோய்களைக்
குணமாக்கப்பயன்படும் மருந்தாகும். சுக்கு, மிளகு, திப்பிலி மூன்றும்
சேர்ந்ததேதிரிகடுகம் என்னும் மருந்தாகும்.

திப்பிலி

திப்பிலி என்பது மிளகு சாதியைச் சேர்ந்த புதர் போல் வளரும் பல
பருவச் செடியாகும். இது ஒரு மூலிகைத் தாவரமாகும். இந்தச் செடியி-
லிருந்து கிடைக்கும் மிளகு கொல்கத்தாவிலிருந்து ஏற்றுமதியாகிறது.

கொடிவகையைச் சார்ந்ததிப்பிலிஒரு நீண்ட காலப்பயிராகும்.

திப்பிலியைஅவறுத்துப்பொடியாக்கி அரை கிராம் தேனுடன் கலந்து
இரண்டு வேளை சாப்பிட்டுவர இருமல், தொண்டை கமறல், வீக்கம்,
பசியின்மை, தாது இழப்பு குணமாகும். இரைப்பை, ஈரல்வலுப்பெறும்

Top of Form

Bottom of Form

Top of Form

Bottom of Form

ஆஸ்துமா, சளி, இருமல், சுவாசிக்க சிரமப்படுதல் போன்ற பல
சுவாச பிரச்சனைகளுக்குதிப்பிலிதீர்வாக அமையும்.திப்பிலிஉடல்உஷ்-
ணத்தை அதிகமாக்கும் இதனால் பித்தத்தை பலப்படுத்தி வாதம் மற்றும்
கபத்தைகுறைக்கும். இதனாலேயே இதனை அளவுக்கு அதிகமாகவும்
சாப்பிடக்கூடாது

தொற்று நோய்கள்

உடலில் ஏற்படும் கிருமி தொற்றுக்களை அழிக்கும் தன்மையும் திப்-
பிலிக்கு உண்டு.

நோய் எதிர்ப்பு சக்தியை அதிகரிக்கும்

உடலில்நோயெதிர்ப்பு மண்டலத்தை பலப்படுத்தி உடலுக்கு தேவை-
யான நோயெதிர்ப்புசக்தியையும் கொடுக்கின்றது. அத்துடன் இளைப்பு,
உடல் சோர்வு என்பவற்றைபோக்கி உடலை புத்துணர்ச்சியாகவும் வைத்-
திருக்கின்றது.

உணவு ஜீரணம்

திப்பிலி, சுக்கு, ஓமம் இவற்றை இடித்து சூரணமாக்கி ஒரு தேக்-
கரண்டி எடுத்துவெண்ணீரில் கலந்து இளம் சூட்டுடன் குடித்து வந்தால்

உணவு எளிதாகஜீரணமாகிவிடும்.

அத்துடன் வாய்வு தொல்லை பிரச்சனையும் குணமாகும்.

குரல் வளம் சிறக்க

தேனில் திப்பிலியை ஊற வைத்து மென்று சாப்பிட்டால் குரல் வளம் நன்றாவதுடன் பேச்சு மற்றும் தொனி சிறக்கும்.

இரைப்பை மற்றும் ஈரல்

இரைப்பைமற்றும் ஈரலில் பிரச்சனைகள் உள்ளவர்கள் திப்பிலியை இளம் சூட்டில் வறுத்துபின் பொடியாக்கி தேனில் கலந்து சாப்பிட்டு வந்-தால் இரைப்பை மற்றும் ஈரல்குறைபாடுகள் குணமாகும்.

திப்பிலி பண்டைக் காலம் தொட்டே இருமல், காசநோய், தொண்-டைக்கட்டு, காய்ச்சல், கோழை, சளி முதலிய நோய்களைக் குண-மாக்கப்பயன்படும் மருந்தாகும். சுக்கு, மிளகு, திப்பிலி மூன்றும் சேர்ந்-ததேதிரிகடுகம் என்னும் மருந்தாகும்.

நான்

வாசகர்களால் நான்
வாசகர்களுக்காக நான்

முற்போக்கு எழுத்தாளர் வி.எஸ்.ரோமா – கோயம்புத்தூர்
+91 82480 94200
20 புத்தகங்கள் எழுதியுள்ளேன்
விருதுகள் பல பெற்றுள்ளேன்.
கதை , கவிதை, கட்டுரை, நாவல் பொன்மொழி, நாடகம்
எழுதுவேன்.

என்
எழுத்து
என் மூச்சுள்ள வரை
என் வாசிப்பே
என் சுவாசிப்பு
என்றும்

எழுதிக் கொண்டிருக்க வே
என் ஆசை

நான் திருமணமே செய்து கொள்ளாத பெண்மணி என்பதில்
எனக்கு மகிழ்வே.

என் எழுத்துக்கு முழு ஒத்துழைப்பு கொடுப்பவர்கள் என்
பெற்றோர்களே.

தந்தை
கா சுப்ரமணியன் _ தாசில்தார் - ஓய்வு

தாய்.
சு. கிருஷ்ணவேணி

என் பெற்றோர்களே
என்
எழுத்துக்கும்
எனக்கும் முழு ஒத்துழைப்பு தருகின்றவர்கள் என்பதில்
எனக்கு மகிழ்ச்சியே.

நான் ரோமா ரேடியோ
என்ற பெயரில் எஃப் எம் ஆரம்பித்துள்ளேன்.

என்
எழுத்து
என் ரோமா வானொலி மூலம்
எங்கும் ஒலிக்க
எட்டு திக்கும் ஒலிக்க
என் ஆவல்.

பெண்களை
பெரிதாக நினைத்துப்

பெரும் மகிழ்ச்சியடைந்து
பெருமைப் படுத்த வேண்டும்.

முற்போக்கு எழுத்தாளர்
வி.எஸ். ரோமா
Roma Radio
கோயம்புத்தூர்
+91 82480 94200